பறவை தந்த பரிசு

நாரா. நாச்சியப்பன்

Title: Paravai Thantha Parisu

Author: Nara. Nachiappan

Language: Tamil

First Published on: 1982

Year of Publication: 2024

Book Format: Paperback

*Page Size: 6inch * 9inch*

Category: Fiction

Subject: Children Stories Collection

No. of pages: 40

ISBN: 978-81-977122-7-2

Published by: Nilan Publishers, Madurai, Tamilnadu, India

பொருளடக்கம்

பதிப்புரை

சிறுவர்களுக்காகக் கதை எழுதும் போது, எழுத்தாளர்கள் மனத்தில் கொள்ள வேண்டிய ஒன்று உண்டு. கதைகள், வெறும் நிகழ்ச்சிக் கோவையாக இல்லாமல், கற்பனை ஆக்கமாக இருத்தல் வேண்டும்.

குழந்தைகளின் பெரும் பொழுது கற்பனைக் காட்சிகளிலேயே கழிகிறது. அந்தக் கற்பனைகள் சூழலையை யொட்டி நல்லவையாகவும் அமையலாம்; அல்லாதவையாகவும் தோன்றலாம். நூலாசிரியர்கள் தம் படைப்புகளில் நல்ல கற்பனைகளைப் படைப்பதன் மூலம், எதிர்காலச் சிற்பிகளை உயர் நோக்கம் உள்ளவர்களாக்க உதவ முடியும். அன்புடைமை, பண்புடைமை, ஊக்கமுடைமை ஆக்கமுடைமை, அறிவுடைமை, திறனுடைமை என்ற இன்னோரன்ன ஆற்றல்களைப் பிஞ்சு நெஞ்சுகளில் தோன்றச் செய்தல் வேண்டும்.

உயர்ந்த கற்பனைத் திறத்துடன் : சிறந்த கதைகளைப் படைத்து வரும் கவிஞர் நாரா. நாச்சியப்பன் அவர்கள் எழுதிய ஐந்து சிறந்த கதைகள் இந்நூலில் இடம் பெற்றுள்ளன. படித்த நெஞ்சில் படியும்படியான கதைகள். நல்லவை என்று போற்றும்படியான கதைகள். ஆவலை வளர்த்து அறிவைப் பெருக்கும் சித்திரக் கதைகள். இவை உங்கள் செல்லக் குழந்தைகளுக்கு ஏற்ற கதைகள்.

-தமிழாலயம்

நான்கு குருவிகள்

ஒரு காட்டில் சிட்டுக் குருவி ஒன்று இருந்தது. சின்னம் சின்னமாய் அதற்கு நான்கு குஞ்சுகள் இருந்தன.

ஒரு நாள் சிட்டுக் குருவி, தன் குஞ்சுகளுக்குச் சோறு ஊட்டிக் கொண்டிருந்தது. அப்போது அந்தக் குஞ்சுகளில் ஒன்று, "அம்மா, அம்மா என்னால் வெயிலைத் தாங்க முடியவில்லை" என்றது.

உடனே மற்றொரு குஞ்சு, "அம்மா அன்று ஒரு நாள் மழை பெய்த போது நான் தெப்பமாய் நனைந்து விட்டேன்" என்றது.

"நேற்று இரவு பணியில் படுத்திருந்ததால் எனக்குத் தடிமன் பிடித்துக் கொண்டது" என்றது மூன்றாவது குஞ்சு.

இவற்றையெல்லாம் கேட்டதும் சிட்டுக் குருவிக்குக் கவலை வந்து விட்டது. குஞ்சுகள் உடல் நலமாய் இருக்க என்ன செய்யலாம் என்று அது நினைத்துப் பார்த்தது.

கவலையோடு அது சிந்தித்துக் கொண்டிருப்பதைக் கண்ட நான்காவது குஞ்சு, "அம்மா, எங்களுக்கு ஒரு வீடு கட்டித் தா அம்மா!" என்று கூறியது.

இதைக் கேட்டதும் அந்தச் சிட்டுக் குருவிக்கு மகிழ்ச்சி உண்டாயிற்று. ஒரு சின்ன வீடு கட்டிவிட்டால் நன்றாக இருக்கும். வெயிலில் காயாமலும், மழையில் நனையாமலும், குளிரில் நடுங்காமலும், குஞ்சுகளோடு அந்த வீட்டில் இருக்கலாம். குஞ்சுகளுக்கும் காய்ச்சல் தடிமன் எந்த நோயும் வராது. கவலை ஒன்றுமில்லாமல் மகிழ்ச்சியோடு இருக்கலாம்.

இப்படியெல்லாம் நினைத்துப் பார்த்த அந்தச் சிட்டுக் குருவி உடனே வீடு கட்ட ஏற்பாடு செய்தது.

அந்தச் சிட்டுக் குருவி, சின்னஞ்சிறிய கூடை ஒன்றை எடுத்துக் கொண்டு வாய்க்காலுக்குச் சென்றது, வாய்க்கால் ஓரத்தில் இருந்த களிமண்ணை அந்தக் கூடை நிறைய அள்ளிக் கொண்டு வந்தது.

மறுபடியும் ஒரு வாளி எடுத்துக் கொண்டு அந்த வாய்க்காலுக்குப் போனது. வாளி நிறையத் தண்ணீர் மொண்டு வந்தது.

காட்டுக்குள்ளே கிடந்த சின்னச் சின்ன மரக்குச்சிகளை யெல்லாம் இழுத்துக் கொண்டு வந்தது.

களிமண்ணில் தண்ணிரை ஊற்றிக் குழைத்தது. குழைத்த களிமண்ணால் சுவர் எழுப்பியது. சுவரில் அங்கங்கே சன்னல் வைத்தது. குளிப்பதற்கும் சமைப்பதற்கும் தனித் தனியாய் அறை அமைத்தது. தனக்கும் நான்கு குஞ்சுகளுக்கும் தனித் தனியாய்ப் படுக்கையறை அமைத்தது. எல்லாம் சேர்ந்து இருப்பதற்கு ஒரு கூடம் அமைத்தது. வீட்டுக்கு வாசலும் வாசலுக்குக் கதவும் அமைத்தது. காய்ந்த இலை சருகுகளைத் தைத்து வீட்டுக்குக் கூரை வேய்ந்தது.

வீடு கட்டி முடிந்ததும், அந்தச் சிட்டு தன் குஞ்சுகளை அழைத்துக் கொண்டு அந்த மண் வீட்டில் குடியிருக்கச் சென்றது.

சிட்டுக் குருவிக் குஞ்சுகளுக்குச் சொல்ல முடியாத மகிழ்ச்சி. "அம்மா கட்டிய வீடு, அம்மா கட்டிய வீடு!" என்று சொல்லிக் கும்மாளம் போட்டன. அடிக்கொரு தடவை வீட்டுக்குள் போவதும் வெளியில் வருவதுமாக இருந்தன. அந்தக் குஞ்சுகள் தங்கள் அறைக்குள்ளே போய் இருந்தன; சிறிது நேரம் சென்றவுடன் வெளியில் வந்தன. வீட்டின் எதிரில் நின்று கொண்டு, ஒன்றையொன்று பார்த்து, அழகான வீடு! இல்லையா?" என்று கேட்டுக் கொண்டன.

பகலெல்லாம் வெட்டவெளியில் போய் விளையாடித் திரிந்துவிட்டு இரவில் வீட்டில் வந்து அவை படுத்துக் கொண்டன.

அம்மாச் சிட்டும் அதன் குஞ்சுகளும் அந்த மண் வீட்டில் இன்பமாக இருந்து வந்தன.

ஒரு நாள் திடீரென்று அந்த அம்மாச் சிட்டு இறந்து விட்டது. சின்னச் சிட்டுக்கள் நான்கும் கவலையோடு இருந்தன. அம்மா தங்களை வளர்க்கப் பாடுபட்டவற்றை யெல்லாம் நினைத்து நினைத்து அழுதன. சிறிது கூடக் கவலை தோன்றாமல் அம்மா தங்களை வைத்திருந்ததை எண்ணி எண்ணி ஏங்கின. இனிமேல் நமக்கு அம்மாவைப் போல் அன்பானவர்கள் யார் கிடைக்கப்

போகிறார்கள் என்று நினைத்துத் துன்பப்பட்டன. கடைசியில் ஒருவாறு மனம் தேறி அந்த மண் வீட்டில் இருந்து வந்தன.

ஒரு நாள் இரவில் இடியும் மின்னலுமாகப் பெரு மழை பெய்தது. மழை பெய்ததால் வாய்க்காலில் வெள்ளம் பெருகியது. தண்ணீர், குருவிக் குஞ்சுகளின் வீடுவரை வந்துவிட்டது. வீட்டுக் களிமண் சுவர் தண்ணிரில் கரைந்து வீடு இடிந்து விட்டது.

அந்தச் சிட்டுக் குஞ்சுகள் நான்கும் தத்தித்தடு மாறிப் பறந்து சென்று ஒரு மரத்தின் மேல் உட்கார்ந்து கொண்டன. அன்று இரவு முழுவதும் மழையில் நனைந்து அவற்றிக்குக் காய்ச்சல் வந்துவிட்டது நான்கு குஞ்சுகளுக்கும் காய்ச்சல்! மருந்து கொடுக்க யாரும் கிடையாது. மருந்து இல்லாமலேயே மூன்றாவது நாள் காய்ச்சல் விட்டுவிட்டது.

"அம்மா கட்டிய வீடு மழையில் இடிந்து போய் விட்டது. இனி யார் வீடு கட்டித் தருவார்கள்?" என்று அவை வருந்தின.

அவை இருந்த பக்கமாக ஒரு காகம் வந்தது. அந்தச் சிட்டுக் குஞ்சுகள் காகத்தைப் பார்த்து, "அம்மா கட்டிய வீடு இடிந்து விட்டது. இனி நாங்கள் என்ன செய்வோம்?" என்று கேட்டன.

"எனக்கென்ன தெரியும்? நீங்கள் என்ன வேண்டுமானாலும் செய்யுங்கள்" என்று சொல்லிவிட்டு அந்தக் காகம் போய்விட்டது.

பிறகு அந்தப் பக்கமாக ஒரு கிளி வந்தது. அந்தச் சிட்டுக் குஞ்சுகள் கிளியைப் பார்த்து, "அம்மா கட்டிய வீடு இடிந்து விட்டது. இனி நாங்கள் என்ன செய்வோம்?" என்று கேட்டன.

இப்படியாக அந்தப் பக்கம் வந்த எந்தப் பறவையும் அவற்றிற்கு ஒரு வழியும் சொல்லாமல் போய்விட்டன. கடைசியில் அந்தப் பக்கமாக ஒரு மயில் வந்தது. அந்த மயில் பார்ப்பதற்கு ஒரு தேவதை போல் அழகாக இருந்தது. அது தன் அழகான தோகையை ஆட்டி ஆட்டிக் கொண்டு வந்தது. அந்த மயிலைப் பார்த்தவுடன், அது எப்படியும் தங்களுக்கு ஒரு வழி சொல்லும் என்ற நம்பிக்கை அந்தச் சிட்டுக் குஞ்சுகளுக்கு உண்டாயிற்று.

அவை, அந்த மயிலைப் பார்த்து, "அம்மா கட்டிய வீடு இடிந்து விட்டது. இனி நாங்கள் என்ன செய்வோம்?" என்று கேட்டன.

அந்த மயில் அவற்றைப் பார்த்து ஒரு புன்சிரிப்புடன் பேசியது.

"நீங்கள் உங்கள் அம்மாவைப் போல் தான் இருக்கிறீர்கள். உங்கள் அம்மா ஒருத்திதான். நீங்கள் நான்கு பேர். ஒருத்தியாக இருந்து அவள் வீடுகட்டி முடித்திருக்கிறாள். அதே செயலை நீங்கள் நான்கு பேரும் சேர்ந்து செய்ய முடியாதா? முயன்றால் முடியும்!" என்று அந்த மயில் சொன்னது. பிறகு அதுபோய்விட்டது.

"இவ்வளவு நாளும் தங்களுக்கு இந்த எண்ணம் தோன்றவில்லையே!" என்று நினைத்தபோது அந்தக் குஞ்சுகளுக்கு வெட்கமாயிருந்தது.

அன்றே அவை நான்கும் சேர்ந்து வீடுகட்டத் தொடங்கின. இரண்டே நாளில் வீடுகட்டி முடிந்தது. வீட்டுக்குள் குடிபுகும்போது அம்மா கட்டிய மாதிரி அழகான வீடு என்று அவை சொல்லிக் கொண்டன.

அந்த வீட்டில் அந்தச் சிட்டுக் குருவிகள் நெடு நாள் இன்பமாக வாழ்ந்தன.

சிட்டுக் குருவிகள் பாடிய பாட்டு

அம்மா கட்டித் தந்தது போல்
அழகு வீடு கட்டிவிட்டோம்
சும்மா குந்தி யிருந்திருந்தால்
சுகமாய் வாழ முடிந்திடுமோ?

சின்னஞ் சிறிய பிள்ளைகளே!
சிட்டுக் குருவி கதை கேட்ட
பின்னும் தயக்கம் ஏனோ? நீர்
பேசா தெழுவீர்! செயற்படுவீர்!

முயற்சி இருந்தால் பிழைத்திடலாம்!
முன்னேற் றத்தைக் கண்டிடலாம்!
உயர்ச்சி பெறலாம் வாழ்வினிலே
உண்மைப் புகழும் அடைந்திடலாம்!

தவிட்டுக்கு வாங்கிய பிள்ளை

பொன்னப்பர் ஒரு பெரிய பணக்காரர். அவர் மனைவி பெயர் தங்கம்மாள். அவர்கள் வீட்டில் பணம் நிறைய இருந்தது. சொன்ன வேலையைச் செய்ய வேலைக்காரர்களும் வேலைக்காரிகளும் இருந்தார்கள். ஆனால் அவர்கள் வீட்டில் பேசிச்சிரித்து விளையாட ஒரு பிள்ளை இல்லை. கொஞ்சிப் பேசி மகிழ ஒரு குழந்தை இல்லையே என்று அவர்களுக்கு மிகவும் வருத்தமாயிருந்தது.

ஒரு நாள் ஒரு மனிதன் அவர்கள் வீட்டுக்கு வந்தான். அவன் கையில் ஓர் அழகான பெண் குழந்தை இருந்தது. தங்கம்மாள் அந்தப் பெண் குழந்தையைப் பார்த்தாள். அவளுக்கு அந்தப் பெண் குழந்தைமீது ஆசை ஏற்பட்டது. அவள் பொன்னப்பரிடம், "எனக்கு அந்தக் குழந்தையை வாங்கித் தாருங்கள்" என்று சொன்னாள்.

அதற்குள் அந்த மனிதன் பேசத்தொடங்கினான். "ஐயா நான் ஓர் ஏழை. என் பெயர் கண்ணப்பன். என் மனைவி பெயர் கண்ணம்மாள். நாங்கள் பால்காரர்கள். எங்களிடம் இரண்டு பசுமாடுகள் இருக்கின்றன. அந்த மாடுகளுக்குப் போடத் தவிடு இல்லை. இந்தப் பெண் குழந்தை எங்களுடையது. இதை வைத்துக்கொண்டு எங்களுக்கு ஒரு வண்டித் தவிடு தாருங்கள்" என்றான்.

பொன்னப்பர் வீட்டில் பத்து மாடுகள் இருந்தன. அவற்றிற்குப் போடுவதற்காக அவர் ஓர் அறை நிறையத் தவிடு வைத்திருந்தார். அந்தத் தவிட்டில் ஒரு வண்டி தவிடு அள்ளிக் கொடுத்து விட்டு அந்தப் பெண் குழந்தையை வாங்கிக் கொண்டார்.

தங்கம்மாள் அந்தக் குழந்தையை ஆசையாக வளர்த்து வந்தாள். அந்த அழகான பெண் குழந்தைக்கு முத்துமணி என்று பெயரிட்டாள். முத்துமணியும் தங்கம்மாளிடம் அன்பாக இருந்தாள்.

முத்துமணி தங்கம்மாளை "அம்மா! அம்மா!" என்று தன் சின்ன வாயால் கூப்பிடுவாள். உடனே தங்கம்மாளுக்கு இன்பம் ஏற்படும். "கண்ணே!" என்று முத்துமணியைத் தூக்கி மடியில் வைத்துக் கொண்டு முத்தமிடுவாள்.

முத்துமணி ஒவ்வொரு நாளும் பெரியவளாக வளர்ந்து கொண்டே வந்தாள். அவளுக்குத் தான் இன்னொரு வீட்டுப் பிள்ளை என்பது தெரியாது. தன்னைத் தன் அப்பா விற்றுவிட்டார் என்பதும் தெரியாது. தங்கம்மாள் தன்னை விலைக்கு வாங்கி வளர்க்கிறாள் என்பதும் தெரியாது.

தங்கம்மாள்தான் தன் அம்மா என்று அவள் எண்ணிக் கொண்டிருந்தாள். பொன்னப்பர்தான் தன் அப்பா என்று அவள் நம்பிக் கொண்டிருந்தாள்.

முத்துமணியைப் பெற்ற தாய் கண்ணம்மாளும், அவள் தந்தை கண்ணப்பரும் வேறு ஒர் ஊருக்குப் போய்விட்டார்கள். முத்துமணியைத் தவிட்டுக்குக் கொடுத்து விட்டாலும் அவர்களுக்கு எப்பொழுதும் அவள் நினைவாகவே இருந்தது.

இருந்தாலும் அவர்களால் என்ன செய்யமுடியும்? கொடுத்த பிள்ளையைத் திரும்ப வாங்க முடியுமா? முத்துமணியிடம் உயிரை வைத்திருந்த தங்கம்மாள் அவளைத் திருப்பிக் கொடுப்பாளா? அதனால் அவர்கள் முத்துமணியின் நினைவு இருந்தாலும் அவளைப் பார்க்காமலே இருந்து விட்டார்கள்.

முத்துமணிக்கு ஐந்து வயது வந்தது. பொன்னப்பரும் தங்கம்மாளும் அவளைப் பள்ளிக்கூடத்தில் சேர்ப்பதென்று முடிவு செய்தார்கள். அவ்வாறே ஒரு சிறிய பள்ளிக்கூடத்தில் சேர்த்து விட்டார்கள். அந்தப் பள்ளி கூடத்தில் குழந்தைகள் வகுப்பு, முதல் வகுப்பு இரண்டாம் வகுப்பு மூன்றாம் வகுப்பு என்று நான்கு வகுப்புக்கள் இருந்தன. குழந்தைகள் வகுப்பில் முத்துமணியைச் சேர்த்து விட்டார்கள்.

குழந்தைகள் வகுப்புக்கு ஆசிரியையாக இருந்த பெண்மணியின் பெயர் பவளக் கொடியம்மாள். பவளக் கொடியம்மாள் குழந்தைகளிடம் மிக அன்பாக இருந்தாள். அவள் முத்துமணிக்கும் மற்ற குழந்தைகளுக்கும் ஆனா ஆவன்னா கற்றுக் கொடுத்தாள். ஒன்று இரண்டு நூறுவரை சொல்லிக் கொடுத்தாள். படங்களைக் காட்டிக் காட்டிப் பாடம் சொல்லிக் கொடுத்தாள். 'நிலா நிலா வா வா' என்பது போன்ற அழகான பாட்டுக்கள் எல்லாம் சொல்லிக் கொடுத்தாள். நல்ல விளையாட்டெல்லாம் பழக்கி வைத்தாள்.

பள்ளிக்கூடம் நன்றாக இருந்தது. முத்துமணி நாள் தவறாமல் பள்ளிக்கூடம் போய் வந்தாள். முத்துமணியுடன் பச்சைமணி என்ற ஒரு சிறுமி படித்து வந்தாள். அவளும் குழந்தைகள் வகுப்பில் தான் படித்தாள். முத்துமணியும் பச்சைமணியும் வகுப்பில் பக்கத்தில் பக்கத்தில் இருந்தார்கள். அதனால் அவர்களுக்குள் நட்பு வளர்ந்தது. இருவரும் சேர்ந்தால் பேசிக்கொண்டிருப்பார்கள். ஒன்றாக விளையாடுவார்கள்.

முத்துமணி ஒவ்வொரு நாளும் நல்ல நல்ல சட்டையும் பாவாடையும் அணிந்துகொண்டு போவாள். தங்கம்மாள் அவளுக்குப் புதுப்புது மாதிரியாகச் சடை பின்னி அழகுபடுத்தி அனுப்புவாள்.

பச்சைமணியின் பெற்றோர் ஏழைகள்.

அவள் எப்பொழுதும் பழைய சட்டையும் பாவாடையும் தான் அணிந்து வருவாள். அவை சில இடங்களில் கிழிந்துபோய் ஒட்டுப்போட்டுத் தைத்திருக்கும்.

பச்சைமணிக்குத் தானும் முத்துமணியைப்போல் அழகாக இருக்க வேண்டுமென்று ஆசை ஏற்பட்டது. முத்துமணியைப்போல் விலை மிகுந்த பாவாடையும் சட்டையும் வேண்டுமென்று அவளுக்கு ஆசையாயிருந்தது.

பச்சைமணி ஒருநாள் பள்ளிக்கூடத்திற்குப் புறப்படும்போது அழுதாள். "ஏன் அழுகிறாய்?" என்று பச்சைமணியின் அம்மா கேட்டாள்.

எங்கள் பள்ளிக்கூடத்தில் முத்துமணி என்று ஒரு பெண் இருக்கிறாள். அவள் எப்போதும் அழகழகான பாவாடை கட்டிக்கொண்டு வருகிறாள். நல்ல நல்ல சட்டை போட்டுக் கொண்டு வருகிறாள். அது மாதிரி எனக்கும் புதுச்சட்டையும் பாவாடையும் வேண்டும்" என்று சொல்லிப் பச்சைமணி அழுதாள்.

பச்சைமணியின் அம்மாவுக்கு முத்துமணியைப் பற்றி எல்லாம் தெரியும். ஏனென்றால் அவர்கள் வீடு பால்கார கண்ணப்பர் முன்பு இருந்த தெருவிலேயே இருந்தது. கண்ணப்பர் முத்துமணியைக் கொண்டு போய்த் தவிட்டுக்குக் கொடுத்துவிட்டு வந்ததும் அவளுக்குத் தெரியும்.

"பச்சைமணி, அழாதே! அந்த முத்துமணி தவிட்டுக்கு வாங்கிய
பிள்ளை. அவள் புதுப்பாவாடையும் பட்டுச்சட்டையும் போட்டால்
உனக்கென்ன? நீ அம்மா வீட்டுப் பிள்ளை அருமையான பிள்ளை!
உனக்கு எதற்குப் புதுப்பாவாடையெல்லாம்" என்று
பச்சைமணியின் அம்மா சொன்னாள்.

"அன்று பள்ளிக் கூடத்துக்குப் போன பச்சை மணி முத்துமணியைப்
பார்த்து, "தவிட்டுப் பிள்ளை! தவிட்டுப் பிள்ளை!" என்று கேலி
பண்ணினாள். இதைக் கேட்டுப் பள்ளிக் கூடத்தில் இருந்த மற்ற
பிள்ளைகளும் அவளைத் "தவிட்டுப் பிள்ளை! தவிட்டுப் பிள்ளை"
என்று கேலி செய்தார்கள்.

முத்துமணி பச்சைமணியைப் பார்த்து, "நீ ஏன் என்னைத் தவிட்டுப்
பிள்ளை என்கிறாய்?" என்று கேட்டாள்.

"நாங்கள் எல்லோரும் எங்கள் அம்மா வயிற்றில் பிறந்தோம்.
உன்னை உன் அம்மா பெறவில்லை. ஒரு வண்டி தவிடு கொடுத்து
உன்னை வாங்கினாள், அதனால் நீ தவிட்டுப் பிள்ளை!" என்று
சொன்னாள் பச்சைமணி.

உடனே எல்லாப் பிள்ளைகளும் கொல்லென்று சிரித்தார்கள்.
"தவிட்டுப்பிள்ளை!தவிட்டுப்பிள்ளை!" என்று கத்தினார்கள்.
முத்துமணிக்கு அழுகை அழுகையாக வந்தது.

கண்ணீர் விட்டு அழுது கொண்டே, அவள் பள்ளிக்கூடம்
விடுவதற்கு முன்னால் வீட்டுக்குத் திரும்பி விட்டாள்.

முத்துமணி ஒருநாளும் அழுததில்லை. அன்று அவள்
அழுதுகொண்டு வந்ததைப் பார்த்ததும் தங்கம்மாளுக்குப்
பொறுக்கவில்லை.

"முத்துமணி, முத்துமணி, ஏன் அழுகிறாய்?" என்று துடிதுடித்துப்
போய்க் கேட்டாள் தங்கம்மாள்.

"அம்மா...! அம்மா...! நான் தவிட்டுக்குவாங்கிய பிள்ளையாமே!
பச்சைமணி சொல்கிறாள்..." என்று சொல்லி முத்துமணி அழுதாள்.

"என் கண்ணே, அவள் சும்மா சொல்கிறாள். பொய்" என்று சொல்லி அவள் அழுகையை நிறுத்த முயன்றாள் தங்கம்மாள். முத்துமணியின் கண்களையும் கன்னத்தையும் துடைத்துவிட்டாள்.

"இல்லை அம்மா. நீங்கள்தான் பொய் சொல்லுகிறீர்கள்! என்னைப் பெற்ற அம்மா யார்? அவர்களை நான் பார்க்க வேண்டும். என்னை அவர்களிடம் கொண்டுபோய் விடுங்கள்!"என்று சொல்லி அழுது கொண்டேயிருந்தாள் முத்துமணி.

"முத்துமணி, நான் தான் உன்னைப் பெற்ற அம்மா! அந்தப் பெண் உன்னை அழவைத்து வேடிக்கை பார்ப்பதற்காகச் சொல்லியிருக்கிறாள். அழாதே கண்ணே!"என்று மேலும் ஆறுதல்சொல்லித் தேற்றினாள் தங்கம்மாள்.

முத்துமணி அழ அழத் தங்கம்மாளுக்கும் அழுகையாக வந்தது. அம்மாவும் அழுவதைக் கண்டதும் முத்துமணி பொங்கிவந்த தன் அழுகையை யெல்லாம் மிக முயன்று அடக்கிக் கொண்டாள். ஆனால், தன்னைப் பெற்ற உண்மையான அம்மாவைக் கண்டு பிடிக்க வேண்டும் என்று மனத்துக்குள் முடிவு கட்டிக் கொண்டாள்.

தங்கம்மாளிடம் எப்போது கேட்டாலும் அவள் "நான் தான் உன்னைப் பெற்ற அம்மா! உன் அப்பாவை வேண்டுமானாலும் கேட்டுப்பார்!"என்று சொன்னாள். ஆனால் முத்துமணிக்கு மட்டும் தன்னைப் பெற்ற அம்மா வேறு யாரோ இருக்கிறார்கள் என்றே தோன்றியது.

முத்துமணி ஒருநாள் யாருக்கும் தெரியாமல் கட்டுத்துறைக்குப் போனாள். கட்டுத்துறையில் மாடுகளுக்குப் புல் போட்டுக் கொண்டிருந்தான் கந்தன். கந்தன் மாடு மேய்ப்பவன். அவனிடம் முத்துமணி போய் "கந்தா, எனக்கு ஓர் உதவி செய்வாயா?"என்று கேட்டாள்.

"என்ன?"என்று கேட்டான் கந்தன்.

"என்னைப் பெற்ற அம்மாவை நான் பார்க்க வேண்டும். அவர்களிடம் என்னைக் கூட்டிக் கொண்டு போய் விடுகிறாயா?" என்று கேட்டாள்.

கந்தனுக்கு முத்துமணியின் உண்மையான அம்மாவையும் அப்பாவையும் நன்றாகத் தெரியும். ஆனால், அவர்கள் அப்போது எங்கு இருக்கிறார்கள் என்று தெரியாது.

"குழந்தாய்! உன்னைப் பெற்ற அம்மா இந்த ஊரில் இல்லையே!" என்றான் கந்தன்.

"எந்த ஊரில் இருந்தாலும் சரி. கந்தா, நீ என்னை கூட்டிக் கொண்டு போய் விட்டால் ஒரு ரூபாய் தருகிறேன்" என்றாள் முத்துமணி.

முத்துமணி கழுத்தில் ஒரு தங்கச்சங்கிலி போட்டிருந்தாள். கைகளில் தங்கக் காப்புகள் போட்டிருந்தாள். காதுகளில் வைரத்தோடு போட்டிருந்தாள். கந்தன் மனத்தில் ஒரு பயங்கரமான எண்ணம் தோன்றியது. முத்துமணியை ஏமாற்றி அவற்றை யெல்லாம் பறித்துக் கொண்டு விட வேண்டும் என்று அவன் நினைத்தான்.

"குழந்தாய், உன் அம்மா இருக்கிற ஊருக்குக் காட்டுப் பாதையாகப் போக வேண்டும்" என்று சொன்னான் கந்தன்.

"எந்தப் பாதையாக இருந்தாலும் சரி, நீ என்னைக் கூட்டிக் கொண்டு போய் விடு" என்று சொன்னாள் முத்துமணி.

"சரி, இன்று இரவு அப்பாவும் அம்மாவும் தூங்கிய பிறகு கட்டுத் துறைக்கு வா. நான் வைக்கோல் போர் அடியில் படுத்திருப்பேன். என்னை எழுப்பு. நான் உன்னைப் பெற்ற அம்மாவிடம் கூட்டிக் கொண்டு போகிறேன்" என்றான் கந்தன்.

"இப்போதே போவோம். புறப்படு'"என்றாள் முத்துமணி.

"ஐயையோ! வேண்டாம். அப்பா அம்மாவுக்குத் தெரிந்தால் போக விட மாட்டார்கள்" என்றான் கந்தன்.

"சரி, இரவு பத்துமணிக்கு வருகிறேன். நீ விழித்துக் கொண்டிரு" என்று சொல்லி விட்டு முத்து மணி வீட்டுக்குள் போனாள்.

அன்று இரவு சாப்பாட்டுக்குப் பிறகு எல்லாரும் தூங்கி விட்டார்கள். ஆனால் முத்துமணி மட்டும் தூங்கவில்லை. வீடு முழுவதும் ஒரே அமைதியாக இருந்தது.

இரவு மணி பத்து அடித்தது. முத்துமணி மெதுவாகப் படுக்கையிலிருந்து எழுந்தாள். ஓசைப்படாமல் கதவைத் திறந்து கொண்டு கட்டுத்துறைக்குச் சென்றாள்.

அங்கு கந்தன் சொன்னபடி வைக்கோல் போரில் படுத்திருந்தான். அவன் முத்துமணியைக் கண்டவுடன் எழுந்தான். அவள் அவன் கையைப் பிடித்துக் கொண்டாள்.

இரண்டு பேரும் யாருக்கும் தெரியாமல் வீட்டை விட்டு வெளியேறினார்கள். காட்டுப் பாதையில் நடந்து சென்றார்கள்.

காட்டுப் பாதையில் கண் தெரியாத இருட்டாக இருந்தது. தொலைவில் எங்கோ ஒரு சிங்கம் முழக்கம் செய்தது. அதன் எதிரொலி பயங்கரமாகக் கேட்டது. ஒரு பக்கத்தில் நரிகள் ஊளையிட்டுக் கொண்டிருந்தன. காட்டுப் பூச்சிகளின் சத்தம் இடைவிடாது கேட்டுக் கொண்டிருந்தது. ஆந்தைகளும், வெளவால்களும் பறந்து கொண்டிருந்தன.

முத்துமணி இவற்றை யெல்லாம் கண்டு பயப்படவில்லை: கந்தன் கையைப் பிடித்துக் கொண்டு அவள் நடந்து சென்று கொண்டிருந்தாள். தன்னைப் பெற்ற அம்மாவைப் பார்க்க போகிறோம் என்ற ஆசை அவளைத் தள்ளிக் கொண்டு சென்றது.

நடந்து நடந்து முத்துமணிக்குக் கால் வலித்தது. "கந்தா, அம்மா ஊர் இன்னும் எவ்வளவு தொலையிருக்கிறது?" என்று கேட்டாள்.

"இன்னும் எவ்வளவோ தொலையிருக்கிறது. உனக்குக் கால் வலித்தால் இங்குக் கொஞ்ச நேரம் உட்கார்ந்திருந்து விட்டுப் போவோம்" என்று சொன்னான் கந்தன்.

சரியென்று வழியில் இருந்த ஒரு பெரிய கல்லின் மேல் ஏறி உட்கார்ந்து கொண்டாள் முத்துமணி. கந்தனும் பக்கத்தில் உட்கார்ந்து கொண்டான். முத்து மணிக்குத் தூக்கம் வருவது போல் இருந்தது. கல்லின் மேல் சாய்ந்து சற்றே கண்களை மூடினாள். சிறிது நேரத்தில் நன்றாகத் தூங்கத் தொடங்கி விட்டாள்.

கந்தன் இதுதான் சமயம் என்று அவள் காதிலும் கழுத்திலும் கையிலும் இருந்த நகைகளை யெல்லாம் கழற்றிக் கொண்டு

அங்கிருந்து ஓடிவிட்டான். நட்ட நடுக் காட்டில் முத்துமணி தன்னந்தனியாகக் தூங்கிக் கொண்டிருந்தாள்.

அவள் கண்விழித்தபோது பொழுது நன்கு விடிந்து விட்டது. எங்கும் ஒரே வெளிச்சமாய் இருந்தது. காட்டுப் பறவைகள் அங்கும் இங்கும் பறந்து சென்று இரை தேடிக்கொண்டிருந்தன. ஒரு புள்ளிமான் குட்டி துள்ளித் துள்ளி ஓடுவது வேடிக்கையாக இருந்தது. குரங்குக் குட்டிகள் கிளைக்குக் கிளை தாவிப்பாய்ந்தும் குட்டிக்கரணம் போட்டும் வேடிக்கை விளையாட்டுகள் ஆடிக் கொண்டிருந்தன. அவை ஒன்றன் வாலை ஒன்று பிடித்துக் தொங்கி ஒரு மரத்துக்கும் இன்னொரு மரத்துக்கும் பாலம் அமைத்தன. அந்தக் குரங்குப் பாலத்தின் மீது சில குரங்குகள் நடந்து சென்றன.

இதையெல்லாம் பார்த்துக் கொண்டிருந்த முத்துமணி, "கந்தா, இந்தக் குரங்குகள் எவ்வளவு அழகாய் விளையாடுகின்றன!" என்று சொல்லித் திரும்பினாள். பக்கத்தில் கந்தனைக் காணாமல் திடுக்கிட்டுப் போனாள்.

"கந்தா...கந்தா!'' என்றுகூவினாள் முத்துமணி. காட்டில் அவளுடைய குரலின் எதிரொலி தான் கேட்டது. கந்தனைக் காணவில்லை. அவனைத் தேடிக் கொண்டு புறப்பட்டாள். காட்டில் அவளுக்குப் பாதையே தெரியவில்லை.

திடீரென்று அவள் தன் கையில் காப்புகள் இல்லாததைக் கவனித்தாள். பிறகு சங்கிலியும் தோடும் காணாமல் போனதையும் அறிந்து கொண்டாள். கந்தன்தான் அவற்றைக் திருடிக் கொண்டு தன்னைக் காட்டில் விட்டுவிட்டுப் போயிருக்க வேண்டும் என்று முடிவு செய்து கொண்டாள்.

அவளுக்குப் பசியெடுத்தது. என்ன செய்வதென்று தெரியவில்லை.

பெற்ற அம்மா எங்கே இருக்கிறாளோ; எப்படி இருக்கிறாளோ; அவளைக் கண்டு பிடிக்க முடியுமோ; முடியாதோ? என்றெல்லாம் நினைத்த போது அவளுக்கு அழுகை அழுகையாக வந்தது.

அப்போது அந்தப் பக்கமாக ஒரு பச்சைக்கிளி பறந்து வந்தது. முத்துமணி அழுது கொண்டிருந் ததைப் பார்த்து அதற்கு இரக்கமாக இருந்தது.

"பாப்பா...பாப்பா ஏன் அழுகிறாய்?"என்று கேட்டது பச்சைக்கிளி.

"என்னைப் பெற்ற அம்மா தவிட்டுக்கு விற்று விட்டாள். நான் அவளைத் தேடிக் கொண்டு புறப்பட்டேன். கூட வந்த கந்தன், என் நகைகளைத் திருடிக்கொண்டு ஓடிவிட்டான். எனக்குப்பசிக்கிறது" என்றாள் முத்துமணி.

"கொஞ்சம் இரு வருகிறேன்" என்று சொல்லிவிட்டுக் கிளி பறந்துசென்றது. அது நேராக ஒரு வாழைத் தோட்டத்துக்குச் சென்றது. அந்தத் தோட்டத்துக்கு ஒரு குரங்குக் குட்டி காவல் இருந்தது.

"குரங்கண்ணா, குரங்கண்ணா! ஒரு சின்னப் பெண்ணுக்கு வயிறு பசிக்கிறது! அந்த நல்லபெண்ணுக்கு ஒரு சீப்பு வாழைப்பழம் கொடுங்கள்" என்று கேட்டது பச்சைக்கிளி.

குரங்கு உடனே ஒரு வாழை மரத்தில் ஏறி ஒரு சீப்பு வாழைப்பழம் பறித்துக் கொண்டுவந்து கொடுத்தது

பச்சைக்கிளி அந்த வாழைப்பழச் சீப்பைச் கொண்டுவந்து முத்துமணியிடம் கொடுத்தது. முத்துமணி அதைத் தின்று பசியாறினாள்.

"முத்துமணி, உன்னைப் பெற்ற அம்மாவை நான் பார்த்ததில்லை. ஆனால், நீ என் கூடவந்தால் நாம் ஊர் ஊராகச் சென்று உன் அம்மாவைத் தேடலாம்"என்று கூறியது பச்சைக்கிளி.

பச்சைக்கிளியுடன் முத்துமணி காட்டைக் கடந்து சென்றாள். அவளுக்கு பசி யெடுத்தபோது அது எங்காவது போய் ஏதாவது பழமோ சோறோ பலகாரமோ கொண்டுவந்து கொடுக்கும். ஒவ்வோர் ஊராகச் சென்று அவள் தன்னைப் பெற்ற அம்மாவைத் தேடினாள்.

வழியில் கண்டவர்களை யெல்லாம் பார்த்து, "என்னைப் பெற்ற அம்மா என்னைத் தவிட்டுக்கு விற்றுவிட்டாள். நான் அவளைத் தேடி வந்திருக்கிறேன். உங்களுக்கு அவளைத் தெரியுமா? தெரிந்தால் காட்டுங்கள்" என்று கேட்டாள்.

"பெற்ற பிள்ளையைத் தவிட்டுக்கு விற்ற அம்மாவை நாங்கள்
பார்த்ததில்லை" என்று ஒவ்வொரு வரும் பதில் சொல்லி
விட்டார்கள்.

இப்படிப் பல ஊர்கள் சுற்றிவிட்டு முத்துமணி ஒரு சின்ன ஊருக்கு
வந்தாள், ஒருநாள் அந்த ஊர்க் கோயில்வாசலில் அவளும்
பச்சைக்கிளியும் நின்று கொண்டிருந்தார்கள்.

அந்தக் கோயில் வாசலில் ஓர் அம்மா பொங்கல் வைத்துக்
கொண்டிருந்தாள்.

"அம்மா நீங்கள் எதற்காகப் பொங்கலிடுகிறீர்கள்?" என்று கேட்டாள்
முத்துமணி.

"தெய்வத்துக்கு"என்றாள் அந்த அம்மா.

"தெய்வத்துக்கு என்றால் எதற்கு? தெய்வமா சாப்பிடுகிறது?" என்று
கேட்டாள் முத்துமணி.

"அப்படிப் பேசாதே! என் மகள் நன்றாக இருக்கவேண்டும்
என்பதற்காகப் பொங்கலிடுகிறேன்.

தெய்வத்துக்குப் படைத்துவிட்டு அந்தப் பொங்கலை உன்னைப்
போல் சின்னப் பிள்ளைகளுக்குக் கொடுப்பேன்" என்றாள் அந்த
அம்மா.

"அம்மா நீங்கள் நல்ல அம்மாவாகஇருக்கிறீர்கள். எனக்கும் என்
பச்சைக்கிளிக்கும் பொங்கல் தருவீர்களா?" என்று கேட்டாள்
முத்துமணி.

"கொஞ்சம் இரு, தெய்வத்துக்குப் படைத்து விட்டுத் தருகிறேன்"
என்றாள் அந்த அம்மா.

தெய்வத்துக்குப் படைத்து முடிந்ததும் அந்த அம்மா
முத்துமணிக்கும் பச்சைக்கிளிக்கும் இரண்டு இலைகளில் பொங்கல்
வைத்துக் கொடுத்தாள். முத்துமணி அந்தப் பொங்கலை வாங்கித்
தின்றதும், "அம்மா, உங்கள் பொங்கல் மிக அருமையாக
இருக்கிறது. என் அம்மாவைத் தேடிக் கண்டுபிடித்ததும், இதுபோல்
பொங்கல் வைத்துத் தரச் சொல்லுவேன்!" என்றாள்.

"குழந்தாய், உன்னைத் தேட வைத்து விட்டு உன் அம்மா எங்கே போய்விட்டாள்?" என்று அந்த அம்மா கேட்டாள்.

"அம்மா, என்னைப் பெற்ற அம்மா என்னைத் தவிட்டுக்கு விற்றுவிட்டாள். நான் அவளைத் தேடிக் கொண்டு திரிகிறேன். உங்களுக்கு என் அம்மாவைத் தெரியுமா? எனக்கு காட்டுகிறீர்களா!" என்று கேட்டாள் முத்துமணி.

"ஆம் அம்மா, பத்து நாளாகத் தேடிக் கொண்டிருக்கிறோம்" என்று சொன்னது பச்சைக்கிளி.

"மகளே, உன்னை வளர்த்த அம்மாவின் பெயர் என்ன?" என்று கேட்டாள் அந்த அம்மா.

"தங்கம்மாள்" என்றாள் முத்துமணி.

" ஐயோ! நான் தான் உன்னைப் பெற்றெடுத்து விற்ற பாவி!" என்று சொல்லி முத்துமணியைக் கட்டிப்பிடித்துக் கொண்டு கோவென்று அழுதாள் அந்த அம்மா.

"ஆ! நீங்கள்தான் என்னைப் பெற்ற அம்மாவா! அம்மா, அம்மா உங்களைத் தேடிக் கண்டுபிடித்து விட்டேன்" என்று மகிழ்ச்சியோடு கூவினாள் முத்துமணி.

"என் தங்க மகளே, வா வீட்டுக்குப் போவோம்" என்று முத்துமணியை அழைத்துக் கொண்டு வீட்டுக்குப் போனாள் கண்ணம்மாள். பச்சைக்கிளியும் அவர்கள் கூடச் சென்றது, கண்ணப்பரும் தன் மகளைக் கண்டு மகிழ்ச்சியடைந்தார்.

முத்துமணி கண்ணம்மாளிடம், பள்ளிக்கூடத்தில் பிள்ளைகள் தன்னைக் கேலி செய்ததையும், தான் அம்மாவைத்தேடிப் புறப்பட்டதையும் கதையாகச் சொல்லிக் கொண்டிருந்தாள்.

அப்போது'அங்கே வீட்டுவாசலில் ஒரு குதிரை வண்டி வந்து நின்றது. அந்த வண்டியிலிருந்து ஒரு வேலைக்காரன் இறங்கி வந்தான்.

"அம்மா முத்துமணி வீட்டைவிட்டு ஓடிவிட்டாள். தங்கம்மாள்
அதே ஏக்கமக்க நோயுடன் இருக்கிறாள். நாளுக்குநாள் காய்ச்சல்
அதிகமாகிக் கொண்டு வருகிறது. முத்துமணி முத்துமணி என்று
எப்பொழுதும் பிதற்றுகிறார்கள். முத்துமணியைப்
பார்க்காவிட்டால் இறந்து விடுவார்கள் என்று மருத்துவர்கள்
கூறுகிறார்கள். முத்துமணி இங்குவந்திருந்தால் அவளைக் கூட்டிக்
கொண்டு உங்களை உடனே புறப்பட்டுவரச் சொன்னார்கள்"
என்றான் அந்த வேலைக்காரன்.

இரக்க மனம்படைத்த கண்ணம்மாள், முத்து மணியையும்
கூட்டிக்கொண்டு கண்ணப்பருடன், அதே குதிரை வண்டியில் ஏறிப்
புறப்பட்டாள். பச்சைக்கிளியும் அவர்களுடன் புறப்பட்டது. அன்று
மாலை குதிரைவண்டி பொன்னப்பர் வீட்டின் எதிரில் வந்து
நின்றது.

எல்லாரும் இறங்கி உள்ளே சென்றார்கள். தங்கம்மாள் ஓர்
அறையில் படுத்த படுக்கையாகக் கிடந்தாள். முத்துமணி," அம்மா!"
என்று சொல்லிக் கொண்டு அருகில் சென்றாள்;" வந்துவிட்டாயா
கண்ணே! இனி நான் பிழைத்துவிடுவேன்"என்று மகிழ்ச்சியுடன்
சொன்னாள் தங்கம்மாள்:

பொன்னப்பர் கண்ணப்பரைப் பார்த்து, இனி நீங்களும் இங்கேயே
இருந்துவிடுங்கள். உங்களைப் பிரிந்து முத்துமணியால் இருக்க
முடியாது. முத்துமணியைப் பிரிந்து எங்களால் இருக்க முடியாது.
ஆகவே எல்லோரும் ஒன்றாய் இருப்போம்" என்றார்.

கண்ணப்பர் 'ஆகட்டும் அப்படியே இருக்கிறோம்' என்றார்.

அன்று முதல் எல்லோரும் ஒன்றாகவும் நன்றாகவும் இன்பமாகவும்
இருந்தார்கள்.

முத்துமணி தனக்கு உதவி செய்த பச்சைக்கிளியையும் தன்னுடன்
இருக்கும்படி கேட்டுக் கொண்டாள். அதற்கு நாள்தோறும் பாலும்
பழமும் கொடுத்து, அதனுடன் பேசிச் சிரித்து விளையாடிக்
கொண்டிருந்தாள்.

மாடுமேய்க்கும் கந்தன், அவளுடைய நகைகளை யெல்லாம் திருப்பிக் கொண்டு வந்து கொடுத்து பொன்னப்பரிடம் மன்னிப்புக் கேட்டுக் கொண்டான்.

எல்லாரும் மகிழ்ச்சியாக இருந்தார்கள்.

புற்கள் அடித்த தம்பட்டம்

ஒரு பெரிய பூங்கா இருந்தது. அந்தப் பூங்காவின் நடுவில் அழகான புல்வெளி ஒன்று அமைந்திருந்தது.

அந்தப் புல்வெளி பார்ப்பதற்கு மிக அழகாக அமைந்திருந்தது. பச்சைப்பசேல் என்று பட்டுக்கம்பளம் விரித்தது போல், கதிரவன் ஒளிபட்டு கண்ணுக்குக் குளிர்ச்சியாய் இருந்தது.

அந்தப் புல்வெளியில் வளர்ந்திருந்த புற்களுக்குத் தற்பெருமை மிகுதியாயிருந்தது. அந்தப் புற்கள் நெருங்கியிருந்து தலைநிமிர்ந்து நிற்கின்ற தோற்றமே அவற்றின் தற்பெருமையை விளக்குவதாயிருந்தது.

தங்கள் அழகைப் பற்றிய தற்பெருமையோடு அவை வாழ்ந்து கொண்டிருந்தன. தங்கள் பெருமையை நினைத்து அவை கலகல வென்று சிரித்துக் கொண்டன.

ஒருநாள் அந்தப் புற்கள் கலகலவென்று தங்களுக்குள் பேசிக் கொண்டன.

"இந்த உலகத்தில் நம்மைப்போல் அழகானவர்கள் யார் இருக்கிறார்கள்?" என்று கேட்டது ஒரு புல்.

"மரப்பச்சை கூடத் தூரத்து அழகுதான். நாம் பக்கத்திலிருந்து பார்த்தாலும் அழகு; தூரத்திலிருந்து பார்த்தாலும் அழகு!" என்றது இன்னொரு புல்.

"பூக்களுக்கு ஒருநாள் தான் அழகு இருக்கும்; மறுநாள் வாடிப் போகும். நம் அழகு, ஒவ்வொரு நாளும் மிகுந்து கொண்டிருக்க வல்லது?" என்றது மற்றொரு புல்.

"பச்சைக் கம்பளம் விரித்தாற்போல் நாம் இருப்பதாகக் கவிஞர்கள் பாடுகிறார்கள். ஆனால், வானங்கூட நீலக் கம்பளம் விரித்தாற்போல் இருக்கிறது இல்லையா?" என்று பூங்காவின் ஓரத்தில் இருந்த புல் ஒன்று கேட்டது.

"அசடே வானத்து நீல நிறம் மங்கலானது. அத்துடன் மேகக் கூட்டம் இடையிலே புகுந்து விட்டால் அது திட்டுத்திட்டாய்ப் படை வந்தது போல் இருக்கும். நம் அழகு பளிச்சிடும் அழகு!" என்று விளக்கம் தந்தது ஒரு நீண்ட புல்.

இவ்வாறு அவை பேசிக் கொண்டிருந்ததை வானம் கேட்டுக் கொண்டிருந்தது.

இந்தப் புற்கள், தம்மை மறந்து தம்பட்ட மடித்துக் கொண்டிருக்கின்றனவே!" என்று வியப்படைந்தது வானம். என்றாலும் சினங் கொள்ளவில்லை. பெருந்தன்மையோடு மன்னித்து மறந்து விட்டது.

ஆனால் மேகத்திற்கு வந்தது கோபம். "நான் திட்டுத் திட்டாய்ப் படை போல் இருக்கிறேனா? நான் இல்லாவிட்டால் என்ன ஆகிறதென்று பார்க்கலாம்" என்று அது சினங் கொண்டது.

ஆம் மேகத்திற்குக் கோபம் வந்துவிட்டது.

'சில ஆண்டுகள் நான் வேறோர் ஊருக்குப் போய் விடுகிறேன். அப்போது இந்தப் புற்கள் என்ன ஆகின்றன பார்க்கலாம்? என்று கூறிக்கொண்டே அது புறப்பட்டு விட்டது.

மேகம் போன பிறகு கூடப் புற்கள் வானத்தின் களங்கமற்ற அழகை ஒப்புக்கொள்ளவில்லை. 'பொலிவு மிக்க எங்களுக்கு யார் இணை!' என்று அவை தற்பெருமை பேசிக் கொண்டன.

நாட்கள் ஓடின. மாதங்கள் கடந்தன. ஆண்டுகளும் மாறி மாறி வந்தன. அயலூருக்குச் சென்ற மேகங்கள் திரும்ப வரவில்லை.

ஒருநாள் அயலூரில் இருந்த மேகங்களைப் பார்த்துக் காற்று பேசியது.

"காற்றண்ணா, ஊர் சுற்றி வரும் காற்றண்ணா உலகில் என்ன விந்தைகள் கண்டாய்?" என்று மேகம் ஒன்று கேட்டது.

அதற்குக் காற்று பதில் கூறியது.

"மேகத்தம்பி, உங்கள் தாத்தா கொண்ட கோபத்தால் பட்டுப் பட்டிப்பச்சைப் பூங்கா வாடிக் கிடக்கிறது. அங்கிருந்த புற்களெல்லாம் வாடி வதங்கி மண்ணோடு மண்ணாய்ச் சாய்ந்து கிடக்கின்றன. பார்க்கப் பொறுக்கவில்லை" என்று கூறியது காற்று.

"எங்கள் தாத்தா படைபடையாகக் காட்சியளித் தாராமே? நாங்கள் வந்தால் கூட அப்படித் தானே தெரியும் அந்தப் புல்லழிகளுக்கு" என்று கேட்டது மேகம்.

"ஆத்திரப்படாதே மேகத்தம்பி. இப்போது புல்லழிகள் மிகச் சோர்ந்து போயிருக்கிறார்கள்.

உங்களுடைய உதவியில்லாமல் அவர்கள் நொந்து போயிருக்கிறார்கள். வெந்த புண்ணில் வேல் குத்துவது போல், துன்பமுற்றவர்களைப் பகைத்துக் கொள்வது பண்பாகாது. எவரும் நம்மை வாழ்த்தும்படி நடந்து கொள்வது தான் சிறப்பாகும்" என்று காற்று மேகத்திற்குக் கூறியது.

"காற்றண்ணா, உங்களுக்காக நாங்கள் அங்கு வர ஒப்புக் கொள்கிறோம். வாருங்கள் போவோம்" என்று மேகம் கூறியது, காற்று எழுந்து வீசியது. மேகக் கூட்டங்கள் நகர்ந்தன. பூங்காவில் அன்று நல்ல மழை!

மழை பெய்து தரை குளிர்ந்தும் புற்கள் மீண்டும் தலைதூக்கின. இப்பொழுது தலை நிமிர்ந்து நின்ற அந்தப் புற்களின் தோற்றத்திலே தற்பெருமையில்லாத ஓர் அழகு நிறைந்து விளங்கியது.

இந்தக் கற்பனைக்குக் காரணமான குறள்:

விசும்பின் துளிவிழின் அல்லால் மற்றாங்கே
பசும்புல் தலைகாண் பரிது

-திருக்குறள்

புகழ் பெற்ற வள்ளல்

ஓர் ஊரில் ஒரு புலவர் இருந்தார். அவர் பெயர் வெள்ளுடையார். அவர் வெள்ளையான உள்ளத்தையுடையவராக இருந்ததாலும், எப்பொழுதும் தூய உடைகளையே வெள்ளையாகத் துவைத்து உடுத்தி வந்ததாலும் அவருடைய இயற்பெயர் மறைந்து காரணப் பெயராகிய வெள்ளுடையார் என்ற பெயரே நிலைத்து விட்டது.

வெள்ளுடையாருக்கு அந்த ஊரிலே மதிப்பு மிகுதி.

புலவர் வெள்ளுடையாருக்கு என்று வீடோ நிலமோ சொந்தமாகக் கிடையாது. அவரிடம் இருந்ததெல்லாம் அறிவாகிய செல்வம் ஒன்று தான். அவரிடம் படித்த மாணாக்கர்கள் படிப்பு முடிந்த பிறகும் அவரை அடிக்கடி வந்து பார்த்துச் செல்வார்கள். அவ்வப்போது அவருக்கு வேண்டிய உதவிகளைச் செய்வார்கள்.

மாணாக்கர்கள் தாமாகவே உதவி செய்வார்களே தவிர வெள்ளுடையார் அவர்களை உதவ வேண்டும் என்று கேட்டதேயில்லை.

அவருடன் பழகியவர்கள் அவருடைய உயர்ந்த குணத்தை யறிந்து அவரை மதித்து நடத்தினார்கள் அவர் தம்மிடம் வந்து சேர்ந்தவர்களுக் கெல்லாம் அறிவாகிய செல்வத்தை வாரி வழங்கிக் கொண்டிருந்தார்.

அவரிடம் கற்றவர்கள் சிறப்படைந்து பல சிறந்த தொழில்களைச் செய்பவர்களாகவும், அரசு பதவிகளில் வேலை செய்பவர்களாகவும் வளர்ச்சியடைந்தார்கள். அவரோ தம்மிடம் வருபவர்களை யெல்லாம் மேலேற்றி விடும் ஏணியைப் போல் இருந்துவந்தார்.

அவருடைய உயர்வையறிந்த அந்நாட்டு அரசனும் ஒருநாள் பக்கத்து ஊர் விழாவுக்கு வந்தபோது அவரை வந்து பார்த்துவிட்டுச் சென்றான். இதனால் அவருடைய மதிப்பு மேலும் உயர்ந்தது.

அரசனிடம் கூட அவர் தமக்கு உதவியென்று எதையும் கேட்கவில்லை. அரசன் தன்னை வந்து சந்தித்ததை எண்ணி அவர் மகிழ்ச்சியடைந்தார். நாட்டை நலம் படுத்தத்தக்க நல்ல கருத்துக்களை அவனுக்கு எடுத்துரைத்து அனுப்பி வைத்தார்.

இப்படிப்பட்ட குணக்குன்றான புலவர் வெள்ளுடையார் ஒருமுறை உடல்நலம் குன்றிப்போனார்.

வந்த நோய் சடுதியில் நீங்காமல் அவரை நீண்ட நாட்கள் வாட்டிக் கொண்டிருந்தது.

அப்போது அவரிடம் பயின்று வந்த மாணாக்கர்கள் அவருக்குப் பல வகையான உதவிகளைச் செய்தார்கள். ஒரு மாணாக்கர் மருத்துவரைக் கூட்டி வந்தார். மற்றொருவர் மருத்துவர் சொன்ன மருந்துகளை வாங்கி வந்தார். இன்னொரு மாணாக்கர் அவருக்கு வேண்டிய பத்திய உணவுகளைத் தன் இல்லத்திலிருந்து கொண்டு வந்து கொடுத்தார். வேறொரு மாணாக்கர் அவருடனேயே தங்கி அவருக்கு உடல்நோவு, தலைநோவு ஏற்பட்டபோது உடம்பைப் பிடித்துவிட்டு நோவு தோன்றாமல் அன்புடன் பணியாற்றி வந்தார். இவ்வாறு மாணாக்கர்கள் காட்டிய அன்பினால் புலவர் வெள்ளுடையார் தம் நோவுத் துன்பமே தோன்றாமல், அவர்கள் அன்பை எண்ணி யெண்ணி மகிழ்ந்து அந்த மகிழ்ச்சியிலேயே உடல் தேறி வந்தார்.

அந்த ஊரிலே ஒரு செல்வன் இருந்தான். அவன் பெரிய வள்ளல் என்று பெயர் பெற்றிருந்தான். திருவிழாக் காலங்களில் ஏழைகளுக்கு அன்னதானம் வழங்குவான். கோயில் செலவுகளுக்கு அவன் தாராளமாகப் பணத்தை அள்ளிக் கொடுப்பான். சிறப்பான நாட்களில் அவன் பிராமண போஜனம் என்ற பெயரில் உயர்ந்த சாதியாருக்கு விருந்து வைப்பான்.

இப்படிப்பட்ட செயல்களால் அவன் சிறந்த வள்ளல் என்ற பெயரைப் பெற்றிருந்தான்.

அவனுடைய புகழைப் பற்றிக் கேள்விப்பட்ட பலர், தங்கள் ஏழ்மையின் காரணமாக அவனைப் பார்க்கச் செல்வார்கள். ஆனால், யாரும் அவனைப் பார்க்க முடிந்ததில்லை. அவன் மிகப் பெரிய செல்வனாக இருந்ததால், அவனுடைய ஆட்கள், பிறர் அவனை அணுகாதவாறு பார்த்துக் கொண்டார்கள்.

தேடி வருபவர்களிடம், அவர்கள், வள்ளல் இப்பொழுது பூசையில் இருக்கிறார், பார்க்க முடியாது என்றும், தொழில் தொடர்பான

வேலையில் ஈடுபட்டிருக்கிறார்; தொந்தரவு கொடுக்காதீர்கள் என்றும், பல காரணங்களைக் கூறி விரட்டி விடுவார்கள்.

ஒருமுறை புலவர் வெள்ளுடையார் தன் மாணாக்கன் ஒருவனுடன் அந்த வள்ளலைக் காண வந்தார். அந்த மாணாக்கன் சிறந்த தச்சுத் தொழிலாளி. அவன் தச்சுத் தொழில் நுணுக்கங்களை யெல்லாம் அறிந்திருந்தான். ஒரு தச்சுப் பட்டரை வைத்தால் தான் முன்னுக்கு வர முடியும் என்று நம்பினான். புலவர் வெள்ளுடையாரைக் காண வந்தபோது அவன் தன் கருத்தைக் கூறினான். யாராவது கடன் கொடுத்தால் அதை முதலாக வைத்துத்தான் தொழில் செய்து, கடனைத் திருப்பிக் கொடுத்துவிட முடியும் என்றும், தானும் நல்வாழ்வு வாழ முடியும் என்றும் அந்த மாணாக்கன் கூறினான். புலவர் வெள்ளுடையார் அவனுக்கு எவ்வாறாவது உதவி செய்ய எண்ணினார்.

ஊரில் புகழ் பெற்ற வள்ளலைப் பற்றி அவரும் கேள்விப் பட்டிருந்தார். தானமென்றும் தருமமென்றும் வாரிக் கொடுக்கின்ற வள்ளல், கடன் கொடுக்கவா மறுக்கப் போகிறார் என்று அவருடைய வெள்ளையுள்ளம் எண்ணியது.

ஒருநாள் மாணாக்கனைக் கூட்டிக் கொண்டு வள்ளலைக் காணச் சென்றார். அன்று வள்ளல் "பேசா நோன்பு" கடைப்பிடிப்பதால் யாரும் பார்க்க முடியாது என்று அங்கிருந்த மேலாளர்கள் கூறி விட்டனர்.

மற்றொரு நாள் சென்றபொழுது, அன்று வள்ளல் வெளியூருக்குப் புறப்பட்டுக் கொண்டிருப்பதால் காண முடியாது என்று அம்மேலாளர்கள் கூறிவிட்டனர்.

இப்படிப் பத்துமுறை முயன்று கடைசியில் அவர்கள் வள்ளலைப் பார்க்க வழிவிட்டார்கள். வள்ளலிடம் தங்கள் கோரிக்கையைக் கூறியபோது, அந்த வள்ளல், தான் பொது நிறுவனங்களுக்குத்தான் கொடைகொடுப்பது வழக்கம் என்றும், தனிப்பட்டவர்களுக்குக் கொடுப்பதில்லை என்றும் கூறிவிட்டார். தாங்கள் தானம் வாங்க வரவில்லை என்றும், கடனுதவிக்காகவே வந்திருப்பதாகவும் புலவர் எடுத்துக் கூறினார். கடன் கொடுப்பதற்கென்று வணிகர்கள் இருக்கிறார்கள். தனது தொழில் அதுவல்ல என்று கூறி அந்த வள்ளல் மறுத்துவிட்டார். புலவர் வெள்ளுடையாரும், அந்த மாணாக்கரும் தோல்வியுடன் திரும்பிவிட்டனர்.

புலவர் வெள்ளுடையார், தம்மைக் காண வந்தவேறொரு வசதியுள்ள மாணாக்கரிடம், கூறித் தச்சுத் தொழில் மாணாக்கருக்கு உதவி செய்தார்.

இந்நிகழ்ச்சியைப் புலவர் வெள்ளுடையார் மறந்து விட்டார்.

புலவர் வெள்ளுடையார் நோயுற்றிருந்தபோது அதை அந்த ஊர் வள்ளல் கேள்விப்பட்டார். தம்முடைய ஆள் ஒருவரை அனுப்பி அவருக்கு வேண்டிய உதவியைச் செய்துவரப் பணித்தார்.

அந்த ஆள் வந்து, புலவர் வெள்ளுடையாரைப் பார்த்தார். புலவர் தமக்கு எந்த உதவியும் தேவையில்லை என்று கூறினார். 'இல்லை. இதை வைத்துக் கொள்ளுங்கள்' என்று அந்த ஆள் ஆயிரம் ரூபாயை அவருடைய படுக்கையில் வைத்துவிட்டுப் போய்விட்டார். புலவர் வெள்ளுடையார் அந்த ஆயிரம் ரூபாயைத் தொடக் கூட இல்லை. அதை அப்படியே ஒரு மருத்துவ விடுதிக்கு அனுப்பி அந்த வள்ளல் பெயராலேயே வரவு வைத்துப் கொள்ளும்படி சொல்லி விட்டார்.

அந்த வள்ளலின் மற்றோர் ஆள் மருத்துவருடைய வீட்டுக்குச் சென்றார். புலவர் வெள்ளுடையாரின் மருத்துவச் செலவு முழுவதும் வள்ளலே ஏற்றுக் கொள்வதாகச் சொல்லி யனுப்பியிருப்பதாகக் கூறினார்.

புலவர் வெள்ளுடையாருக்குத் தாம் காசுக்காக மருத்துவம் பார்க்கவில்லை என்றும், அன்புக்காகவே பார்ப்பதாகவும் கூறி, மருத்துவர் தொகை பெற மறுத்துவிட்டார். ஆனால் அந்த ஆள், மருத்துவரின் மருந்துப் பெட்டியின் மீது ஆயிரம் ரூபாயை வைத்து விட்டு, அவர் அதைப் பெற்றுக் கொள்ளத்தான் வேண்டுமென்று கூறி அங்கிருந்து அகன்று போய்விட்டார்.

அந்த மருத்துவர் அந்தப் பணம் முதுவதையும் எடுத்துக் கொண்டு போய்க் கோயில் உண்டியலில் போட்டு விட்டுப் புலவர் வெள்ளுடையாரைப் பார்க்கச் சென்றார்.

மருத்துவர் சென்ற பொழுது, புலவர் வெள்ளுடையாரின் மாணவர் ஒருவர் புலவருடன் பேசிக் கொண்டிருந்தார்.

"ஐயா, தங்கள் மருத்துவர் செலவு முழுவதையும் வள்ளலே ஏற்றுக் கொண்டிருப்பதாக ஊரில் பேசிக் கொள்கிறார்களே, அவ்வளவு செலவழித்துப் பார்க்க வேண்டிய கடுமையான நோயா தங்களுக்கு வந்துவிட்டது?" என்று அந்த மாணவர் கவலையோடு கேட்டார்.

அப்போது அங்கு நுழைந்த மருத்துவர் "தம்பீ, புலவருக்கு வந்துள்ள நோய் கடுமையானதோ கொடுமையானதோ அல்ல. வள்ளலுக்குப் பிடித்துள்ள விளம்பர நோய்தான் கடுமையாக இருக்கிறது. பெயர் பரவாத காலத்தில் புலவர் தம் மாணாக்கருக்கு ஓர் உதவியென்று வள்ளலைப் பார்க்கச் சென்றார். அந்த உதவியால் தனக்கு விளம்பரம் இல்லை யென்று உணர்ந்த வள்ளல் அதைச் செய்ய மறுத்துவிட்டார். இப்போது, அரசரே வந்து பாராட்டி விட்டுச் சென்ற புலவருக்கு, வேண்டாம் என்று மறுத்துக் கூறியும் உதவி செய்ய முன்வந்துவிட்டார். புலவரிடம் உள்ள அன்புக்கு அடையாளமே இந்த உதவியில் காணப்பட வில்லை. வள்ளலின் விளம்பர மோகத்துக்கே இது பயன்படுகிறது. இவருடைய உதவியைப் புலவரோ, நானோ ஏற்றுக் கொள்ளவில்லை. ஆனால், ஊர் முழுவதும், புலவருக்கு வள்ளல் உதவி செய்துவிட்ட தாகப் பிரசாரம் நடத்திவிட்டார்கள். தன்னுடைய விளம்பரத்துக்கு, வெள்ளையுள்ளம் படைத்த நம் புலவர் பெயரைப் பயன்படுத்திக் கொள்ள அந்த வள்ளல் துணிந்தது தான் எனக்கு வேதனையளிக்கிறது" என்று மருத்துவர் கூறினார்.

"இப்படியும் ஓர் உலகமா!" என்று அந்த மாணாக்கர் வியப்படைந்தார்.

"வெளிப் பகட்டுக்காகச் செய்கின்ற அறங்கள் உண்மையான அறங்கள் ஆகா. மனத்தில் எவ்விதமான மாசும் மருவும் இல்லாமல் அன்போடு செய்கின்ற உதவிகளே அறமாகும்" என்று புலவர் விளக்கம் சொன்னார்.

அந்த மாணாக்கர் தம் ஆசிரியரின் உயர்வையும், அந்த வள்ளலின் கீழ்மையையும் எண்ணிக் கொண்டே தம் வீட்டுக்குச் சென்றார்.

மனத்துக்கண் மாசில னாதல்-திருக்குறள் அனைத்தறன்;
ஆகுல நீர பிற.

—திருக்குறள்

பறவை தந்த பரிசு

ஓர் ஊரில் கண்ணன் என்று பெயருடைய மனிதன் ஒருவன் இருந்தான். அவன் மிக ஏழை. அவன் ஒரு பணக்காரரிடம் வேலைக்குச் சேர்ந்தான். அந்தப் பணக்காரரின் வீடு மிகப் பெரியது. அந்த வீட்டைச் சுற்றிலும் ஒரு பெரிய பூந்தோட்டம் அமைந்திருந்தது. அந்தத் தோட்டத்தைப் பார்த்துக் கொள்வதுதான் கண்ணனுடைய வேலை.

காலையில் எழுந்ததும் பூஞ் செடிகளுக்கெல்லாம் தண்ணீர் ஊற்றுவதும், பூத்த மலர்களைப் பறித்துச் சென்று வீட்டுக்கார அம்மாவிடம் கொடுப்பதும், தோட்டத்தைப் பெருக்கிக் குப்பை இல்லாமல் அழகாக வைத்துக் கொள்ளுவதும் கண்ணனுடைய அன்றாட வேலைகளாகும். இதற்கு அந்தப் பணக்காரர் கண்ணனுக்கு மாதம் நூறுருபாய் சம்பளம் கொடுத்து வந்தார்.

இந்தச் சம்பளத்தில் கண்ணன், அவன் மனைவி வள்ளி, அவர்கள் மகள் பொன்னி மூவரும் வாழ்க்கை நடத்த வேண்டும். நாளுக்கு நாள் ஏறிவரும் விலையில் சாப்பாட்டுச் செலவுக்கே வரும்படி போதாமலிருந்தது ஆகவே கண்ணன் தான் வேலை செய்யும் வீட்டுக்காரரிடம் மிகுதியாகக் கடன் வாங்கியிருந்தான். தவிர ஒரு ரூபாய் கூடச் சேமித்து வைக்க முடியவில்லை.

கண்ணனுக்கு மனத்திற்குள் ஓர்ஆசை இருந்தது. தான் வேலை செய்யும் பணக்காரருடைய வீட்டைப் போல் ஒரு பெரிய வீடு கட்டி அதைத் தன் மகள் பொன்னிக்குக் கொடுக்க வேண்டும். அவள் பெரிய பெண்ணாக வளர்ந்து வருவதற்குள் எப்படியாவது ஒரு பெரிய வீடு கட்டி விட வேண்டும். ஆசை தான் பெரிதாக இருந்ததே தவிர அவனால் ஐந்து ரூபாய் கூடச் மிச்சம் பிடிக்க முடியவில்லை.

ஒரு நாள் அந்தப் பணக்காரர் குடும்பத்தோடு வெளியூர் போயிருந்தார். அன்று காலையில் தோட்ட வேலையெல்லாம் முடிந்தது. பகல் சாப்பாட்டுக்குப் பிறகு கண்ணன் ஊருக்குப் பக்கத்தில் இருந்த மலையை நோக்கி நடந்தான். அந்த மலையின் மீது ஒருமுருகன் கோயில் இருந்தது. முருகனை வணங்கித்தன் ஆசைகளையெல்லாம் மனம் விட்டுச் சொல்லி வரம் கேட்க வேண்டும் என்றுதான் கண்ணன் அந்த மலைக்குச் சென்றான்.

மலையின் உச்சியில் ஒருசிறிய கோயில் இருந்தது.அந்தக் கோயிலின் உள்ளே அழகான மயிலின் மீது கையில் வேலுடன் கம்பீரமாக முருகன் உட்கார்ந்திருந்தான் கண்ணன் முருகன் முன்னால் அப்படியே விழுந்து வணங்கினான். கை நிறையத் திருநீறு அள்ளி நெற்றியில் பூசிக் கொண்டான்.

"முருகா, இந்த ஏழையின் குறையைத் தீர்த்து வையப்பா. என் மகள் பொன்னிக்கு அழகான ஒரு வீடு கட்டிக் கொடுக்க வேண்டும். அதற்கு நீ தான் உதவி செய்ய வேண்டும். உன்னைத் தான் மலையைப் போல் நம்பியிருக்கிறேன்" என்று கண்ணன் முழு நம்பிக்கையோடு முருகனை வேண்டிக் கொண்டான். ஆயிரக் கணக்கான பக்தர்களின் இலட்சக் கணக்கான வேண்டுதல்களைக் கேட்டுக் கேட்டுச் சிரித்துக் கொண்டிருந்த முருகன் கண்ணனின் வேண்டுகோளைக் கேட்ட பிறகும் சிரித்துக் கொண்டிருந்தான்.

கண்ணன், எப்படியும் முருகன் தனக்கு உதவி செய்வான், அருள் புரிவான் என்ற முழுநம்பிக்கையோடு அந்த மலைக்கு வந்து அடிக்கடி வேண்டுவது வழக்கம். முருகனின் சிரித்த முகத்தைப் பார்க்கும் போதெல்லாம் கண்ணனுக்கு அந்த நம்பிக்கை மேலும் உறுதிப்பட்டு வளரும்.

கண்ணன் மகள் பொன்னி வளர வளர கண்ணனின் வேண்டுதலும், முருக பக்தியும் மேலும் மேலும் வளர்ந்தது. தோட்டத்து வேலை இல்லாத நேரங்களிலெல்லாம் மலைக்கோவிலுக்குச் செல்வதும் முருகன் முன்னால் வேண்டுவதுமாகத் தன் பொழுதைக் கழித்து வந்தான்.

பொன்னி வளர்ந்து பெரியவளாகி விட்டாள். பொன்னியின் அம்மா வள்ளி தன் மகளை நல்ல இடத்தில் திருமணம் செய்து கொடுக்க வேண்டும் என்று திட்டம் போட்டாள். கண்ணனுக்கோ தன் மகளை வசதியோடு கூடிய பெரிய செல்வர் வீட்டில் திருமணம் செய்து கொடுக்க வேண்டும் என்று ஆசை. ஆனால் ஒரு தோட்டக்காரன் மகளை எந்தப் பணக்காரன் திருமணம் செய்து கொள்ள விரும்புவான்?

ஒரு நாள் கண்ணன் முருகன் கோயிலை நோக்கி நடந்து கொண்டிருந்தான். இவ்வளவு வேண்டியும் முருகன் கருணை காட்ட வில்லையே என்ற வருத்தத்தோடு அவன் நடந்து கொண்டிருந்தான்.

நம்பினவர்களை முருகன் கைவிட மாட்டான் என்ற
நம்பிக்கையுடன் அவன் கோவிலை நோக்கி நடந்தான்.

"கண்ணா, கண்ணா" என்று யாரோ மெல்லிய குரலில் அழைப்பது
கேட்டது. கண்ணன் சுற்றும் முற்றும் திரும்பிப் பார்த்தான்.
யாரையும் காணவில்லை. சிறிது தூரத்தில் கோயிலைச் சேர்ந்த
மயில் ஒன்று தான் நின்று கொண்டிருந்தது.

கண்ணன் நடக்கத் தொடங்கினான். மறுபடியும் "கண்ணா,
கண்ணா" என்று அழைக்கும் குரல் கேட்டது. திரும்பிப் பார்த்தான்.
யாரும் காணப்படவில்லை. மீண்டும் நடக்கத் தொடங்கினான்.
கண்ணா,கண்ணா என்ன அவசரம்? நான் சொல்வதைக் கேட்டு
விட்டுப் போ என்றது அந்தக் குரல்.

பேசும் குரல் மிக அருகிலேயே கேட்டாலும் யாரையும்
காணவில்லை. "யார் என்னைக் கூப்பிடுவது' எதிரில் வாருங்கள்?"
என்று கண்ணன் கூக்குரலிட்டான்.

உடனே அவன் எதிரில் பறந்து வந்து நின்றது கோயில் மயில்.

வியப்புடன் "நீயா என்னைக் கூப்பிட்டாய்?" என்று கேட்டான்
கண்ணன்.

"ஆம் நான்தான் உன்னை அழைத்தேன். உன் நன்மைக்காக
உன்னிடம் பேசவே உன்னை அழைத்தேன்" என்று அந்த மயில்
கூறியது. அந்த மயில் பார்க்க அழகாயிருந்தது. அது பேசியது
வியப்பாய்இருந்தது. ஆனால் அதுசொன்னகருத்தைத் தான்
கண்ணனால் நம்ப முடியவில்லை. மலையடி வாரத்தில் வாழும்
ஒருசின்ன மயில் தனக்கு என்ன நன்மை செய்து விட முடியும் என்று
அவன் நினைத்தான்.

"கண்ணா, ஐயப்படாதே. நீ அடிக்கடி கோயிலுக்கு வருவதையும்,
ஆண்டவனை வேண்டுவதையும் நான் பார்த்துக் கொண்டுதான்
இருக்கிறேன். உன் ஆசையை நிறைவேற்ற வேண்டும் என்று
உனக்கு வழி சொல்லவே நான் விரும்புகிறேன்" என்றது அந்த
மயில்.

"நீ எனக்கு வழி சொல்கிறாயா? சொல் பார்க்கலாம்" என்று மேலும்
அவநம்பிக்கையோடு கண்ணன் பேசினான்.

"கண்ணா, அவநம்பிக்கை கொள்ளாதே. முருகன் திருவருளால் உன் மகள் பொன்னிக்கு நல்ல வாழ்வு கிடைக்கும். நான் சொல்கிறபடி கேள். பக்கத்திலுள்ள பாலப்பட்டி என்ற ஊரில் வாழும் பண்ணையார் மகன் கந்தசாமிக்கு இந்த வட்டாரத்தில் யாரும் பெண் கொடுக்க விரும்பவில்லை. நீ போய்ப் பண்ணையாரைப் பார்த்து உன் மகளைத் திருமணம் செய்து தருவதாகச் சொன்னால் உடனே ஒப்புக் கொள்வார். ஏழை என்பதற்காக வெறுத்து ஒதுக்க மாட்டார். அவருக்கு உன் முதலாளி வீட்டைப் போல் இரண்டு பங்கு பெரிய வீடும், நிறைய நிலபுலன்களும், பிற சொத்துக்களும் இருக்கின்றன. நீ கனவு கண்டது போல் உன் மகள் மிகப் பெரிய வீட்டில் எல்லா வளன்களோடும் வாழ்க்கை நடத்த இது நல்ல வாய்ப்பு. உடனே நீ போய்ப் பாலப்பட்டிப் பண்ணையாரைப் பார்" என்று சொல்லி விட்டு அந்த மயில் தன் அழகிய இறக்கைகளை விரித்துக் கொண்டு தாவிப் பறந்து சென்றது.

குழம்பிப்போய் நின்ற கண்ணன் மனத்தைத் திடப்படுத்திக் கொண்டு மலை மேல் ஏறிச் சென்றான். முருகன் முன்னால் சென்று வணங்கினான். நிமிர்ந்து கடவுளை நோக்கினான். சிரித்த முகத்தோடு தோன்றிய முருகன், மயில் சொன்னபடி செய் என்று சொல்வது போல் இருந்தது. ஆண்டவனை வணங்கிய பின் கண்ணன் வீட்டுக்குத் திரும்பினான்.

தன் மனைவி வள்ளியிடம் மயில் சொன்ன செய்தியைக் கூறினான். வள்ளி அக்கம் பக்கத்தில் உள்ள பெண்களிடம் இந்தச் செய்தியைச் சொன்னாள்.

'பாலப்பட்டிப் பண்ணையார் மகன் கந்தசாமி பெரும் குடிகாரன். அவன் கூட்டாளிகளோ படு முரடர்கள். அந்தக் கூட்டத்தைக் கண்டாலே குலை நடுங்கும். அப்படிப்பட்ட முரடனுக்குப் பச்சைக்கிளி போன்ற பொன்னியைக் கட்டிக் கொடுக்கலாமா? இது பெரும் பாவம்' இப்படி எல்லாரும் கருத்துத் தெரிவித்தார்கள்.

வள்ளி கண்ணனிடம் "நம் பெண்ணை யாராவது ஏழைப் பையனுக்குக் கொடுத்தாலும் கொடுக்கலாம்; அந்த கந்தசாமிக்கு வேண்டவே, வேண்டாம்" என்று கூறினாள். இதைக் கேட்டதும் கண்ணனுக்கு மேலும் குழப்பமாய் இருந்தது. நினைத்துப் பார்க்கப் பார்க்க வள்ளி சொல்வதே சரி என்று தோன்றியது. அந்தக் கோயில் மயில் மேல் கோபம், கோபமாக வந்தது. முருகனிடம் வரம் கேட்க

தெய்வமே என்று பேசாமல் சென்ற என்னை வழி மறித்து இந்த மயில் தவறான ஒரு வழியைக் காட்டி விட்டது என்று வருந்தினான்; மறுபடி கோயிலுக்குப் போகும்போது அந்த மயிலோடு பேசக் கூடாது என்று உறுதி செய்துகொண்டான்.

ஐந்தாறு நாள் கழித்து முருகனிடம் தன் மகளுக்கு நல்ல கணவனாகவும், செல்வம் உள்ளவனாகவும் உள்ள ஒருவனையே தர வேண்டும் என்று வரம் கேட்பதற்காகக் கண்ணன் மலைக் கோவிலுக்குச் சென்றான்.

மலையடிவாரத்தை அடைந்த போது எதிரில் அந்த மயில் வந்தது. அத்துடன் பேசக் கூடாது என்று நினைக்கும்போதே "கண்ணா!" என்று அது கூப்பிட்டது. அன்பான அந்தக் குரலைக் கேட்ட போது அதன் மேல் இருந்த சினம் எல்லாம் மாயமாய் மறைந்து விட்டது.

அன்போடு அந்த மயில் "கண்ணா, பண்ணையாரைப் பார்த்தாயா?" என்று கேட்டது.

கண்ணனுக்கு என்ன பதில் சொல்வது என்று தெரியவில்லை. கோபத்துடன் மயிலோடு பேசக் கூடாது என்று வந்தவன் அன்போடு கேட்கும் அந்த மயிலுக்கு என்ன பதில் சொல்லுவான். பண்ணையார் மகனை வேண்டாம் என்று சொல்வதா, மயில் சொல்கிறபடி போய்ப் பார்ப்பதா? அவனுக்கு ஒன்றும் புரியவில்லை. வாய் பேசாத ஊமையாக நின்று கொண்டிருந்தான்.

அவன் மனத்துக்குள் நினைப்பதையெல்லாம் தெரிந்து கொண்டது போல் மயில் பேசியது.

"கண்ணா, நீயோ மிகுந்த ஏழை. உனக்கு இருக்கும் ஆசையோ மிகப் பெரிது. உன் ஆசை நிறைவேற வேண்டுமானால் நான் சொல்கிறபடி செய். பண்ணையார் தன் மகனுக்கு வேறு திருமணம் ஏற்பாடு செய்வதற்கு முன்னால் நீ அவரைப் போய்ப் பார்த்து விடு. காலத்தை நழுவவிடாதே. அன்றன்று நடக்க வேண்டியது நடக்கா விட்டால் எல்லாம் குழப்பமாகி விடும். நான் சொல்வதைக் கேள். பொன்னியின் எதிர்காலம் நன்றாக இருக்கும். எல்லாம் முருகன் செயல்" என்று கூறியது அந்த மயில்.

கண்ணன் முருகனை வணங்கிவிட்டுத் தன் வீடு சென்றான்.

வீட்டை அடைந்தவுடன் மனைவி வள்ளியிடம் அன்று நடந்த நிகழ்ச்சிகளைக் கூறினான். வள்ளியோ அவனைத் திட்டத் தொடங்கிவிட்டாள்.

"உங்களுக்கும் புத்தி இல்லை. அந்த மயிலுக்கும் புத்தியில்லை. பெண்ணைப் பெற்றுப் பச்சைக் கிளியைப் போல் வளர்த்து அந்தக் குடிகாரனிடம் கொண்டு போய்க் கொடுப்பதை விட என் பெண் திருமணம் ஆகாமலே இருந்து விட்டுப் போகட்டும். இனிமேல் அந்த மயிலின் பேச்சை எடுத்தால், எனக்குச் சினம் பொங்கி வரும். பேசாமல் இருங்கள்" என்று பொரிந்து தள்ளி விட்டு வள்ளி வறட்டி தட்டச் சென்று விட்டாள்.

கண்ணன் மகள் பொன்னிக்கு மாப்பிள்ளை கிடைப்பதற்குள் அவள் கிழவி ஆகி விடுவாள் போலிருந்தது.

கண்ணன் நாள்தோறும் மயிலைச் சந்திப்பதும், மயில் பண்ணையாரைப் பார்க்கச் சொல்லுவதும், கண்ணன் வள்ளியிடம் ஏச்சு வாங்குவதும் நடந்ததைத் தவிர எவ்வித முன்னேற்றமும் இல்லை. காலம் கடந்து கொண்டிருந்தது.

ஆடிக் கார்த்திகை வந்தது. மலைக் கோயில் முருகனுக்கு மிகச் சிறப்பாகப் பூசை நடந்தது. சுற்று வட்டாரத்தில் இருந்த மக்கள் எல்லாரும் மலையில் கூடி விட்டார்கள். திருவிழா வேடிக்கைகள் மிகக் கவர்ச்சியாக நடந்தன. திருவிழாப் பார்ப்பதற்காக கண்ணன் தன் மனைவி வள்ளியையும், மகள் பொன்னியையும் அழைத்துச் சென்றான்.

கூட்டத்தோடு, கூட்டமாக அவர்கள் கோயிலை நோக்கிச் சென்ற போது பொன்னியின் காலில் ஒரு முள் குத்தி விட்டது. அவள் குனிந்து முள்ளை எடுப்பதற்குள் பெற்றோர்கள் மாயமாய் மறைந்து விட்டார்கள். கூட்டத்தில் கலந்து விட்டார்கள். எடுத்த முள் பாதியில் ஒடிந்து ஒரு பாதி காலுக்குள்ளேயே இருந்து விட்டது. ஆகவே அவள் காலடி எடுத்து வைக்கும் போதெல்லாம் உள்ளே ஒடிந்திருந்த முள், மேலும், மேலும் குத்தி வேதனை தந்தது. எனவே பொன்னியால் தொடர்ந்து நடக்க முடியவில்லை.

பொன்னிக்கு ஒன்றும் புரியவில்லை. பெற்றவர்களோ கூட்டத்துக்குள் மறைந்து விட்டார்கள். காலில் முள்குத்திய

வலியோ பெரும் துன்பத்தைக் கொடுத்து கொண்டிருந்தது. அவள் அழுது கொண்டு வழியில் கிடக்கும் கல்லின் மேல் உட்கார்ந்தாள்.

அந்த வழியாக வந்த ஓர் இளைஞன் பொன்னியைப் பார்த்தான்,

"பெண்ணே ஏன் அழுகிறாய்?" என்று கேட்டான்.

"காலில் முள் குத்தி விட்டது. ஒரே வலியாய் இருக்கிறது. அப்பாவும், அம்மாவும் கூட்டத்தோடு சென்று விட்டார்கள். நான் தனியாக இருக்கிறேன். அழுகை, அழுகையாக வருகிறது" என்று வருத்தத்தோடு கூறினாள் பொன்னி.

உடனே அந்த இளைஞன் பக்கத்திலிருந்த முள் செடியிலிருந்து ஒரு முள்ளை ஒடித்துக் கொண்டு வந்தான். பொன்னி வேண்டாம், வேண்டாம் என்று சொல்ல அவள் காலைப் பிடித்து அதில் குத்தி இருந்த முள்ளைத் தன் கையில் இருந்த முள்ளால் குத்தி வெளியில் எடுத்து விட்டான்.

முள் வெளியே வந்ததும் வலியெல்லாம் பறந்து விட்டது.

"ஐயா, உங்களுக்கு மிக நன்றி" என்று கூறிக் கொண்டே எழுந்த பொன்னி அவன் பதில் சொல்வதற்குள் கூட்டத்திற்குள் பாய்ந்தோடி மறைந்து விட்டாள்.

வேக, வேகமாக ஓடி முன்னால் சென்று கொண்டிருந்த தன் பெற்றோர்களை அடைந்து விட்டாள்.

அன்று திருவிழா மிக நன்றாக நடந்தது. பாலப் பட்டிப் பண்ணையார் செலவில் திருவிழா அமர்க்களம் என்று மக்கள் பேசிக் கொண்டார்கள்.

முருகனுக்கு தீப வழிபாடு நடந்து கொண்டிருந்தது. முருகன் சந்நதியில் நின்று பய பக்தியோடு பொன்னி வணங்கிக் கொண்டிருந்தாள். சற்று தூரத்தில் அவளையே பார்த்துக் கொண்டு நின்றான் அந்த இளைஞன். இதைப் பாலப்பட்டிப் பண்ணையார் கவனித்து விட்டார். உடனே அவர் தன் ஆள் ஒருவனை அழைத்து அந்தப் பெண் யாரென்று கேட்டார்.

அந்த ஆள், தோட்டக்காரக் கண்ணனை நெருங்கி "ஐயா, பண்ணையார் உங்களை அழைத்து வரச் சொன்னார். கொஞ்சம் வருகிறீர்களா?" என்று கூப்பிட்டான். கண்ணன் அவனோடு சென்றான்.

அப்பொழுது அந்த இளைஞனைப் பார்த்து விட்ட பொன்னி தன் அம்மாவிடம் அவனைச் சுட்டி காட்டி, அவன் தனக்கு உதவி செய்ததைக் கூறிக் கொண்டிருந்தாள்.

அந்தப் பையனை நிமிர்ந்து பார்த்த வள்ளி, நல்ல பையனாக இருக்கிறான். இவனைப்போல் ஒரு பையன் என் பொன்னிக்குக் கிடைத்தால் எவ்வளவு நன்றாக இருக்கும் என்று நினைத்தாள்.

அவள் நினைத்துக் கொண்டிருக்கும் போதே கண்ணனும் பண்ணையாரும் அவள் அருகில் வந்தார்கள்.

"வள்ளியம்மா, என் பையனுக்கு உன் பெண்ணைத் தர மறுக்கிறாயாமே?" என்று கேட்டுக் கொண்டே வந்தார் பண்ணையார்.

கேட்பவரோ பண்ணையார், பெரிய பணக்காரர். நேருக்கு நேர் முடியாதென்று எப்படிச்சொல்வது என்று திக்குமுக்காடிப் போனாள் வள்ளி.

அப்போது அந்த இளைஞனும் அவர்கள் அருகில் நெருங்கி வந்தான். அப்படிப்பட்ட இளைஞனைப் பார்த்தப் பிறகு அந்தப் பண்ணையாரின் குடிகாரப் பையனை எப்படி ஏற்றுக்கொள்ள முடியும் என்று வள்ளி நினைத்தாள். வாய்விட்டுச் சொல்ல அவளால் முடியவில்லை.

அதற்க்குள் பண்ணையார் அந்த இளைஞனைச் சுட்டிக் காட்டி, "இதோ பார், இவன் தான் என் மகன். உன் பெண்ணை அருமையாக வைத்துக் கொள்வான். நீ சரி என்று சொன்னால் போதும். திருமணத்திற்கு ஏற்பாடு செய்து விடுகிறேன்" என்று கட கடவென்று பேசினார் பண்ணையார். வள்ளிக்கு என்ன சொல்வதென்றே புரியவில்லை. பையனைப் பார்த்தால் நல்லவனாகத் தான் தெரிகிறது. ஊரில் அவனைப் பற்றிப் பேசுவது கேட்டால் பயமாக இருக்கிறது. எதிரில் நின்று கேட்பவரோ பெரிய மனிதர். ஒரே குழப்பமாக இருந்தது. பொன்னியைத் திரும்பிப்

பார்த்தாள். அவளோ அந்த இளைஞனைப் பார்த்துக் கொண்டிருந்தாள்.

"எல்லாம் முருகன் செயல்" என்று நினைத்துக் கொண்டே பண்ணையாரை நோக்கி "ஐயா, உங்கள் விருப்பப்படி செய்யுங்கள்" என்று சொன்னாள் வள்ளி.

வள்ளியின் பதிலைக் கேட்டுப் பண்ணையார் மிக மகிழ்ச்சி அடைந்தார். பண்ணையார் மகன் கந்தசாமியும் மகிழ்ச்சியோடு காணப்பட்டான். தனக்கு உதவி செய்த அந்த நல்ல இளைஞனே தன் கணவனாக வரப்போகிறான் என்று அறிந்து பொன்னியும் மிக மகிழ்ச்சியடைந்தாள். தான் ஆசைப் பட்ட படி பொன்னி ஒரு பெரிய வீட்டில் வாழப் போகிறாள் என்று கண்ணன் மகிழ்ச்சியடைந்தான்.

அடுத்த மாதமே நல்ல நாள் ஒன்றில் திருமணம் மிகச் சிறப்பாக நடைபெற்றது.

திருமணம் முடிந்து இரண்டு மாதங்கள் ஆன பிறகு பொன்னி முருகன் கோயிலுக்கு வந்தாள். அவள் முகம் வாடியிருந்தது. வருத்தத்தோடு வந்த அவள் எதிரில் கோயில் மயில் வந்தது.

பொன்னி ஏன் வருத்தமாக இருக்கிறாய் என்று மயில் கேட்டது.

"எல்லாம்உன்னால் வந்த வினை. உன்பேச்சைக் கேட்டு நான் திருமணம் செய்துகொண்ட மாப்பிள்ளை திருந்தாத பிள்ளையாய் இருக்கிறார். வீட்டுக்கு வரும் போதெல்லாம் குடித்து விட்டு வருகிறார்; என்னை அடித்து நொறுக்குகிறார். இந்த துன்பமான வாழ்வை நான் அனுபவிக்க வேண்டும் என்று நீ திட்டமிட்டாய் போலிருக்கிறது" என்று துயரத்தோடு பொன்னி கூறினாள்.

"பொன்னி, அறிவாளியின் கையில் உலகம் இருக்கிறது. நீ அறிவுள்ளவள், நான் உனக்கு என்ன சொல்ல இருக்கிறது" என்று சொல்லி விட்டு அந்த மயில் பறந்து போய் விட்டது. மயில் சொன்ன சொற்களை நினைத்துக் கொண்டே மலை மீது ஏறினாள். முருகனை வணங்கிய பின் வீட்டுக்குத் திரும்பிச் சென்றாள்.

அன்று கந்தசாமி நன்றாகக் குடித்து விட்டு வந்திருந்தான். பொன்னியை அடியடியென்று அடித்தான். முருகா முருகா என்று

கூவிக் கொண்டே அத்தனை அடிகளையும் பொறுத்துக்
கொண்டாள்.

இரவு நீங்கிப் பொழுது விடிந்தது. பொன்னி கந்தசாமியை எழுப்ப
வந்தாள். படுக்கையிலிருந்து எழுந்த கந்தசாமி பொன்னியின்
உடையில் அங்கங்கே இரத்தக் கறையிருப்பதை நோக்கினான்.
துணியை விலக்கிப் பார்த்த போது உடம்பெல்லாம் காயம் பட்டு
வீங்கியிருந்ததைக் கவனித்தான்.

"பொன்னி, இதெல்லாம்என்ன? நீ யாரிடம் அடி வாங்கினாய்?"
என்று கேட்டான்.

"அத்தான், அடித்ததும் நீங்கள் விசாரிப்பதும் நீங்கள் நான் என்ன
சொல்லுவேன். இவ்வளவு அன்பாக இருக்கும் நீங்கள் அந்த
நேரத்தில் மட்டும் ஏன் அப்படி மாறிவிடுகிறீர்கள் என்றாவது ஒரு
நாள் நீங்கள் அடிக்கும்போது நான் இறந்துபோகத்தான் போகிறேன்.
அப்போதுதான் எனக்கு அமைதி கிடைக்கும்" என்றாள்.

கந்தசாமி கண் கலங்கினான். அவன் பொன்னியின் மீது உயிரையே
வைத்திருந்தான். குடிதான் அவனைக் கொடுமைக்காரனாக்கி
விட்டது.

இனிமேல் குடிப்பதில்லை என்று முடிவுசெய்தான்.

"பொன்னி, முருகன் மீது ஆணை! நான் இனிக்குடிக்க மாட்டேன்!
உன்னைப் பொன் போல் வைத்துக் காப்பாற்றுவேன்" என்றான்.

பொன்னி மிக மகிழ்ச்சி யடைந்தாள். தன்னை வாழ வைத்த
தெய்வம் முருகனை வணங்கினாள். வழி காட்டிய மயிலை
நினைத்து நன்றி சொன்னாள்.

மாப்பிள்ளை குடியை விட்டு விட்டார் என்ற செய்தி கேட்டு
கண்ணனும் வள்ளியும் அடைந்த மகிழ்ச்சிக்கு அளவேயில்லை.

மறுநாளே மலைக் கோயிலுக்குச் சென்று முருகனுக்கு அபிடேகம்
செய்தார்கள். வழியில் பார்த்த மயிலை விழுந்து விழுந்து
கும்பிட்டார்கள்.

பாலப்பட்டிப் பண்ணையார், பொன்னியால் தான் தன்மகன்
திருந்தினான் என்று கூறிஅளவில்லா மகிழ்ச்சிடைந்தார்.

www.ingramcontent.com/pod-product-compliance
Lightning Source LLC
Chambersburg PA
CBHW071256130726
47998CB00003B/1214